శ్రీ

సప్తకోటీశ్వర స్వామి నేనమః.

దుర్మార్గ చరిత్రము

శ్రీమానితధవళాంగా।
వామోన్నతవృషతురంగవనధినిషంగా।
ధీమన్మనోబ్జభృంగా।
కామాంగవిభంగమల్లికార్జునలింగా॥ 1

వ॥ అవధరింపుము సకలదుర్గుణ ధుర్యుండగు సాతాని చెవిటిబస
వయ్యాచార్యవర్యునకు హీనవిశ్వస్త్రాభుజంగుండగు జంగమ
మూగపెరుమాళ్ళలింగమిట్లనియె॥ 2

సీ॥ భుగభుగధ్వనియుతభూరివైశ్వానర,
జ్వాలాంతగతకుణపవ్రజంబు।
బహుళతరజీర్ణశూర్పచ్ఛన్నదగ్ధాస్థి,
సహితదుర్గంధభస్మవ్రజంబు।

నర్ధదగ్ధవిదళితానేకవంశభి,
త్తిచయసంవ్యాప్తసూత్రవ్రజంబు।
బల్యన్నభక్షణప్రచురలాలసకూజి,
తబహుళారిష్టగృధ్రవ్రజంబు॥

గీ॥ విపులఫేరవరవభయవిశ్రుతంబు।
లాన్యభూతప్రభూతభీలాలితంబు।
విమలగంగాతరంగమహితాని।
లాభిహితపితృవనభూతలాంతమందు॥ 3

వ॥ సత్యవచన సముద్భూత సమజ్ఞాసాంద్రుండగు హరిశ్చంద్రుం
డున్న సమయంబున నజ్ఞానవిలోకియగు నవివేకియను ధరామ
రుండరుదెంచి సపర్యలనానందిత హృదయారవిందుండయ్యె
నయ్యెడ నద్ధరణీపురందరుండు తనడెంపంబునంగల కొంద
లంబునంగుంది కందినయనారవిందంబుల నశ్రుబిందుసందో
హంబులుచింద మందమందస్వరంబున నవ్వసుంధరాబృందార
కునితోడ నిట్లనియె॥ 4

క॥ దారుణివిభవముబంధుల।
దారసుబుత్త్రినెడఁబాసితప్పనిముప్పల్।
ఘోరశ్మశానమునసే।
హారముగనున్నఁబోలు వాఁడుంగలఁడే॥ 5

క॥ విభవాన్వితమద్వంశ।
ప్రభువులలోలెక్కకెక్కప్రభువైననుశో।

కభరయుతుండు "నభూతో|
నభవిష్యతిమత్సమోస్తు" నాజనువిహారి॥ 6

వ॥ అనిననవివేకి యిట్టులనియె॥ 7

చ॥ ఒకతఱిచండుఁడై నరవియొక్క తఱిఁ ఖరకాంతిఁ బాయఁడే
యొకతఱి వెల్గుచున్న శశియొక్క తఱిఁ గృశతన్వసింపఁడే|
ప్రకటితశౌర్యసంపదలు పాయుచువచ్చుచునుండుఁగాననీ|
వికవెతనొందకయ్య గననెంతటివారలుఁగష్టమొందరే| 8

గీ॥ కాంతలను బాసి పదవులఁగరముగోసి|
విపినములడాసిపొంచుచు నెపుడుగాసి|
హరిహరబ్రహ్మలుంగూడ నహరహంబు|
మనుటపూర్వకాలమునందు వినమెకనమె॥ 9

క॥ అనవినియానకులచంద్రుఁడు|
మనమునఁగడువింతనొంది మన్ననబల్కెన్|
వినఁపింపుమయ్యయీకథ|
గనవారలకష్టములకుఁ గారణమెదో॥ 10

క॥ నావినిభూసురవర్యుఁడు|
భావంబుననుబ్బియిట్లుపలుకఁదొడంగెన్|
ఠీవిన్ దుర్మార్గాఖ్యుని|
భూవిభునిప్రభుత్వమందుఁబుట్టెంజెట్టల్॥ 11

వ॥ అనినసమ్మహీధవుండిట్లనియె, దుర్మార్గుండనుతేడెవండు, వానిరా
జ్యంబెట్టిది, పత్తనంబేది యతనిరాజ్యంబుపలనముప్వారవేల్పు

ల కెటులవెతలుపుట్టె, నవి స్తరంబుగ జెప్పవేయనినసమ్మహీను
రుండిట్లనిచెప్పఁదొడంగె॥ 12

శా॥ శ్రీమద్వాయసఘూకఘూర్ణితవిపచ్ఛిద్రపూర్ణగేహంబునన్।
ద్దామత్వత్రిచతుష్షడష్టదశశాఖిద్రప్రక్రియాత్యంతమః।
ఖామంగళ్యవికీర్ణధిష్ణ్యమును నానామేయవన్యామయా।
స్థేమస్వాంతమరంతతాపస్పృగణాశ్రేష్ఠంబసౌఖ్యాఖ్యచేన్॥

ఆ॥ ఒక్కకోటికరొలయు నొగిమెఱుంగుడుబుర్వ
ములడ్డిచీకువాలు మొనయవెలుఁగు
నోజఁజీలికన్ను తేజునసబుబరిం
బగుచుపేటి పజలుమిగులఁబొగడ॥ 14

క॥ మెఱుఁగుడులుజీలులూఖులు।
పరిస్పృపములురగవరులుఁజలువగుఱాల్ వా
గుర్రికలుఁగడుము స్తలమే
పరులున్గలవా పురమున బహుసంఖ్యలుగన్ 15

గీ॥ మొండిగోడలు చవుడులుసందుదొడ్లు
పాడుబొందలు మిట్టలుపల్లములును
గలతెరవులును బందులుకలఁచునట్టి
గుంటతేవంకనుండును గోట్లకొలఁది॥ 16

గీ॥ ఇట్టిపురమునఁ గుజనులయినట్టిపెద్ద
వారువాసంబుఁగానుండివాంఛతోడ
మిన్నుమన్నునుదెలియక మెలఁగుచుండ్రి
పేడకుప్పలోపురువులవిధముగాఁగ॥ 17

గీ॥ పడుకట్లసవారుల కిచ్చులయిన
నోటిబాజాలకెంతేని లోటునున్న
చావుఁగూడులు కుశ్చిచిఁజన్నెగట్ల
మూకకాకులతోఁ గూడపీకబలిసె॥ 18

చ॥ శ్రీసకలిదాటెటంచొకతెధాంఁణికోడ్డువిధానఁజచ్చెఁగా
తనసుతుంధృష్టుఁడం చొకతెధర్మపురంబున విందుపెట్టుకై
తఃపితయోగెసంచొకతెతల్పఁగనిష్వధిబోట్లుపయికిఁదా
మనయముబ్రాకెవడ్డపలె నాక్పదరాపురిగీముగీముఁగఁ॥ 19

చ॥ చెలువుదలిర్పశోణ మగుచేలము పాదము నంటిఁవేలకుం।
తలగణముంతిపెంబాదవిధంబునఁగాలనజ్రసముఁశుధా।
రలుఁనయనంబులస్వేదశిఁవాలవసించుఁగపీంద్రుతోటఁన।
క్కలుములగొంతి యుక్కకలకాలమునాపురిగీముగీమునన్॥

సీ॥ అచటిబాపలకొక్క యక్కరముపలికి,
పొట్టనేమూలను బొడిచిగనిన।
యచటిరాచకొలంబు లట్టియురుకుచుండు,
చీమచిటుకుమన్న జెందిభీతి।
యచటిమూడవకులం బజ్జచేతిలోనవై,
కుంరంబుఁజూపించి కొండ్రుసొమ్ము।
నచటిబలిజెలుధ రామకులధనంబుఁ,
బొడిబెల్లమువలెఁ బొక్కుచుండ్రు।

గీ॥ అచటివారకాంతలుకోతులందమంత।
మించినాట్యంబు సేయుచు మెలఁగుచుండ్రు।

అచటఁబుట్టినబంగారమరయమన్న।
నచటఁబుట్టినయుక్కైననరయఁజెదల॥ 21
గీ॥ పారవైచినవిస్తరిపజ్జచేరి।
కుక్కలొండొండు పోట్లాడుకొనెడుమాడ్కి।
నాపురవుఁబాపలెల్లరుకోపమునను।
బ్రతివిషయమునఁ బోట్లాడిపరగుచుంద్రు॥ 22
గీ॥ కోర్కినెక్కుఁడొక్కఁడు కొట్టుకొనుచునష్ట।
యాలిబూతులలెస్సఁగాఁబ్రేలికొనుచు।
ముష్టియుద్ధంబు నొనరింత్రు భూదివిజులు।
బడుగులైనను వారలుపిడుగులౌర॥ 23
ఆ॥ దక్షముశివునిమీఁదతలఁపునానలమీఁద।
నుంచికొంగజపము నొనరసలిపి।
వెలియటంచుప్రియతుల వలెనుబీదలసప్ప।
కట్లవిధపలచటత్మావిబుధులు॥ 24.
క॥ బుడిచెంబులు చేతంగొని।
మడిసంచులమూపునిడిమానికలను బోల్।
పాడికాయల గొండినివిడి।
బుడబుడసంభాషలకుఁబోదురుపారుల్॥ 25
తే॥ కాళ్ళనెత్తెత్తివేయుచు గంతులిడుచు।
నింగిచుక్కలనెన్నంగనేర్పుగలమ।
టంచుదొంగపాత్యములాడి సంచరింతురి।
ధరణిగోముఖవ్యాఘ్రిలద్వైతులచట॥ 26

ఆ॥ మోముపట్టుఁబట్టనామాలుకడుఁబెట్టి।
జుట్టుసాగదీసి చిట్టుముడిని।
ఝట్టియంచుబట్ట కట్టుదుర్వైష్ణవుల్।
పొట్టనక్షరంబు పుట్టుకుండ॥ 27

ఉ॥ పేరురమందువ్రేలతెగవ్రేసెదులింగముగట్టిపెద్దఖ।
ర్జూరవునందియుంగరముజుట్టనవ్రేలికిఁబెట్టివెఱ్ఱియా।
చారముబట్టిస్తోత్రులను సాపడువేళలనెట్టిపొట్టనిం।
డారఁగనుల్లిగడ్డలను హాయిగతిందురుశైవులప్పరిన్॥ 28

తే॥ మొగమునందునషేలెల్ల ముదిరిలుంచి।
యిలనుగాయత్రిఁజెప్పంగనెచటొవిన్న।
దానివలెనున్నదనియుందురి ద్వైతులచట।
వసుధబేకులసాకులవారువారు॥ 29

తే॥ అనృతమాడుటే లౌక్యమటంచునెంచి।
పొట్టనేవంకనుబొడిచి పొడిచిగనిన।
నక్షరములేకనేయుండు రచటిలౌక్య।
లక్షురాలవిధవ లయ్యలక్షులేల॥ 30

సీ॥ అందుందుదిరుగాడునడవిపిల్లులజూచి,
గొండెలఁబడుశ్వానబృందములను।
నచ్చటఁగలయూరఁ బిచ్చుకలఁగనియుల్,
చొచ్చెడుశ్యేనసముచ్చయముల।
నప్పిటఁగలపేడ బురివ్వలఁగనిగూళ్లు,
జివ్వునఁబడుకాలి చివ్వగముల।

నక్కడకలలోన బక్కవారలఁగాంచి,
త్రొక్కుడుల్ పడునట్టి మొక్కలులను।

గీ॥ నిహాపరంబులుగానెంచియెవ్వరేమి।
సుద్దుచెప్పినను వినక మొద్దులుగతి।
శిలలచందానఁదిండిలిప్పలను లేక।
కాలమును బుత్తురచటి నృపాలవరులు॥ 31

తే॥ కోరమీసముల్ దువ్వుచుకుక్కజాతి।
నూరఁబందులపైకెగఁబారనిస్స।
టంచుఁబుద్ధికొల్పదురచటియవనిపతులు।
మూలనున్న ముసలిదాని మోదినట్లు॥ 32

చ॥ మిరియములున్న వేయనిన మెంతులుఁగావలెనేయటంచు గొం।
దఱుఁగడుమంచియైనతరుద్రవ్యములందునఁజెత్తనెంచి ఘ।
స్తురకమటంచుఁగొందరు విశుద్ధపువస్తువు దెమ్మటన్న మం।
దిరమునకేగియుద్దికొని తెత్తుఁగొందరు వైశ్యులప్పురిన్॥ 33

చ॥ హాలమనుపేరఁగంగరు బుధావళిపల్కిన భూషణంబులన్।
గలనయినందలంపరరకానికినెన్నియొమాలకూడులన్।
జెలఁగిభుజించువారలకు జేతులనొగ్గుచుఁజెడ్డసేతులన్।
సలుపఁగడంగుచుండ్రచటినానవజాతివిజాతిజాతమై॥ 34

గీ॥ రామరామాయటంచు విరామమెపు।
లేకదశావిధావస్థల లీలబడక।
యరయసూర్యశ్చ కగ్నిశ్చయనుచుఁదప్పఁ।
జెప్పుదురుమతిలేమిసచ్ఛిష్యులచట॥ 35

ఆ॥ ఒకనిచూడకుండసుకనినాహ్వానించి।
యొకనిసరసకేగుచుండియొకని।
తోడనుగుసగుసలనాడి వేరొక్కని।
కలిసికొండ్రుధనముగణికలచట॥ 36

గీ॥ ఘుతువ్రులఘువులెఱుంగనిగొప్పకవులు।
ఆఱుమూడుకల్పలేనియట్టిలౌక్య।
శెట్టురామశబ్దమురానిపుట్టుశాస్త్రి।
లుందురటనేతిబీర్కకాయోపమముగను॥ 37

వె॥ తానిషాలనాడు దాచినయాజ్యంబు।
హాస్తులుతినబియ్యమున్నముప్పు।
కారమెదిలేనికూరకేనఱుత్ర।
మండ్రువంటులమ్మలక్కలచట॥ 38

సీ॥ రంకులాడేనియు సుంకంబుచెల్లింపఁ,
గొనిపిడిగంటలఁ గొట్టువారు।
వేదాంతులమటంచు విధవలకుమునుంగు,
వేసియురోజముల్ వెతకువారు।
ఇలనుస్వహస్తపా కులమంచుపిండివం,
టలపట్లనియమంబుతొలఁగువారు।
చదువురాకున్ననుశాస్త్రిబిరుదాంకముల్,
మాత్రంబువిడువకమానెడువారు।

గీ. క్రమోలనున్నపాగడికయుమోముఁద్రిప్పఁ
గాంచియేమొత్తల్పించినిందించువారు।

నోటితోడమాట్లాడుచు నొసలతోడ।
వెక్కిరించువారెన్న నవ్వీటిజనులు। 39

సీ. దారమీఁదనుదప్పిదము మోపివిడనాడి,
వలపుసానుల యిండ్ల మెలఁగువారు।
కాశికేగెదమంచుగాసులనార్జించి,
కోపడంతులకిచ్చి మ్రొక్కువారు।
సొగసుగానలరారుసుదతిపోవుచునుండ,
ఱెప్పవేయకచూచుగొప్పవారు।
ఆలిచెప్పినకొండెమాలించికోపాన
మాతృదేవినిగొట్టిమనెడువారు।
పూర్వులార్జించిపెట్టినభూములన్ని।
వ్యాజ్యములకుసమర్పించివరలువారు।
కలఁగకోటానకోటులుకలిపురుషుని।
యంశలనుగొనివచ్చిరోయనఁగనచట॥ 40

సీ. కల్లుద్రావిననాడుకంపుగొట్టువటంచు,
నుల్లిపాయలఁదినుచుండువారు।
పరధనంబెత్తుటపాడిగాదనిపెంకు,
టిండ్లకునిప్పంటించువారు।
అన్యులమదినొవ్వనాడినకీడని,
తోడరికుత్తుకలనుద్రుంచువారు।
జారత్వమెన్నఁడుసల్పరాదనిపావి,
తప్పికాంతలబల్మిఁదవులువారు।

గీ. లేనిపోనిప్రలాపముల్ మానవలయు।
సంచుఁగడుకూటసాక్ష్యంబులాడువారు।
నిందలేనినొక్కిచెప్పంగనందునుండు।
పండితంమన్యులకెగాకపరులకగున॥ 41

ఉ॥ క్షాంత్రికులులుబ్ధపర్ణగణఘోరులుదుర్గమకాననాద్రిపం।
చారులుకల్మషాక్ష్వతవిచారులుసత్కులపాళికాళిసం।
వారులుహేయమనుష్యవధవిహారులుబాలిశమత్తకాముకా।
ధారులుద్రోహిణీశ్వరవిదారులుచోరులుపౌరులారకుర్॥ 42

ఉ॥ అందరుధూర్తవర్తనులెయందరుదుఃఖనిమగ్నచిత్తులే।
యందరుసౌఖ్యనాశనులెయందఱుస్త్రీదవిణాభిలాషులే।
యందఱుప్రాణిహింసకులెయందరుదుష్టగణోపకారులే।
యందఱుజారచోరులెమఱందరుపౌరులుకాలకేతులే॥ 43

ఉ॥ మేముధనాగ్రగణ్యులముమేముసదన్వయజాతసంచితో।
ద్భిన్నయశఃప్రపూర్ణులముమేముగజద్విడహీనశౌర్యల।
శ్రీమహితోత్తమాంశులముమేముసమస్తకళావిచక్షణో।
ద్దాములమందుకల్పలెకదాదురహంక్రియనొందిసిక్షుటల్॥ 44

చ. గురువులపాదరక్షలనుగూలఁగఁగొట్టనివాఁడునాపురిఁ।
బకలకుఁగీడుచేసెడుస్వభావముమానినవాఁడునెప్పుస్వో।
దరభరణంబుదక్కపెరదారినిఁబోవనివాఁడుకోటికా।
కారుఁడునుగానరాఁడుకలకాలముదేవనిగాఁగఁగాంచినన్॥ 45

ఉ క్రూరులుజారులుందలఁపఘోరులుచోరులువారలైననె।
వ్వారికినొక్కయొక్కరపువాసనలేదొకవేళనుండినన్।

భారముప్రాయుగాడిపలభంగిజరింపుచునాగ్రమదూతముల్।
తీరునఁబౌరుషంబడరఁదెంపునయుద్ధముసేర్తురొండొరుల్॥ 46

సీ॥ వ్యాజ్యమోడినవాఁడువవలగుందఁగవచ్చి,
మనిమోరిలఁజక్కెరదినెడువారు।
కుఱ్ఱవచ్చినవాఁడుగోలపెట్టుచునుండ,
చివ్వనపకపకనవ్వువారు।
గీముగాలినవాఁడుఫేనమొుంకుచునుండ,
పొంచిసొత్తులనుగ్రహించువారు।
పనియున్నతేళ్ళబాజనివేడియూవెనక,
విధవాయుటంచునుబిలుచువారు।

గీ॥ అంటివచ్చినసిగయునుసంపకున్న।
గొంకులేకకాళ్ళునుబట్టుకొనెడువారు।
కరముపలుగాకిముండలసరసచేరి।
స్వాతిశయమ్మునేచెప్పువారచటిజనులు॥ 47

సీ॥ కొడుకుపెండ్లినిజేసికొనుమఁబూజింపము,
పేరమ్మకునువెలివేసినాఁడ।
వేటకేగుచునుండవిధిఁగోనెదురైన,
తంబులశాయినిఁదన్నినాఁడ।
నాకోర్కెదీర్పనికాకచేబోగము,
కమలాక్షిగేహంబుఁగాల్చినాఁడ।
నేమోయియనిపిల్వకోమటిలక్ష్మాయి,
నీడ్చిచెంపలనువాయించినాఁడ॥

గీ॥ మొన్నతీండ్రాలకుంజనిమూసలిస్టోవి।
దమ్మహారలఁబెక్కండ్రఁదాకినాఁడ।
ననుచుఁబ్రతిబాడబుఁడుభూవుడర్యకులుఁడు।
పాదజుఁడుపుల్కసుఁడువగ్గపల్కుచుండ్రు॥ 48

సీ॥ ఫీజుతేవనుమాటవెల్తియొక్కటిగాని,
ప్లీడర్లువారికిజోడుగారు।
జీతంబులేదనుజిన్నిమాటయెగాని,
జడ్జీలువారికిసములుగారు।
అంకారమొక్కటియబ్బదుగానినే,
జస్టీస్లువారికిసాటిగారు।
రాజ్యమేచందానపూజ్యమొక్కటిగాని,
భూపతుల్ వారికిఁబురుడుగారు।

గీ॥ కాళయుక్తిగవాదముల్ నడఁగునపుడు।
పరులకెంతేనితీర్పులుపలుకునపుడు।
సుందరులమీఁదతమశక్తిఁజూపునపుడు।
సొంతతిన్నెపైరేవిఁగూర్చుండునపుడు॥ 49

సీ. పతియింటిలోపలపాదఁబుప్పెట్టంగ
గాంచితిట్లకుపక్రమించువారు।
కలనకుహేతువైగవ్వాకైసనుగాని,
పొల్లువల్కులఁబ్రొద్దుపుచ్చువారు।
పేసులదిగనాఁడిపిల్లిపైయెలుకపై,
బెట్టియుమ్యులఁజావతిట్టువారు।

నగలు లేవనునట్టిమగని పైకిసుకచే,
కూర్మిబిడ్డలఁబట్టిగొట్టువారు।

గీ॥ ఒకరిమాటల నొకరితో నెనరచెప్పి।
వీరివారికిజగడాలు పెట్టువారు।
పరులమర్యాదతలఁపక బావియొద్ద।
తమప్రతాపమాడెడు వారుతరుణులచట॥ 50

గీ॥ వరుసచెంబుతప్పెలలను బగులవేసి।
బిచ్చగాండ్రను వదిలితిట్టిబిడ్డలఁగడు।
గొట్టిననటిచటి స్త్రీలకుఁగోపమూర।
డావగింజంతయేనియు నధిపవింబె॥ 51

చ॥ వరలెడువాఁడుగాఁబ్రియమున వన్నెకు నెక్కఁగలాఁడు తల్పగన్।
బరవము వాఁడుచావఁగను వ్యాళిముకైవడి వానికాంతయు।
ద్ధరమును బెక్కువర్షములు తావతిజీవముఁగొంచు నిట్టులం।
గరము విభూతి నొందెననఁగప్పులుకంచెలఁబొఱ్ఱపైచుచున్॥

క॥ అపత్తనంబుసందగు।
పావంబులవాఁరియుఁజిత్రతుబములుగఁజితుర్రిం।
బాపంబువిచారింపఁగ।
శ్రీపతిపంచెతుము తమ్ము స్నేపలధికాఁబన్॥ 53

వ॥ అప్పురంబున స్వర్ణలవణచ్ఛత్ర వస్త్రశస్త్రిక రుద్రాక్షపాద రక్షాద్యఖిల వస్తుస్తోమ స్త్రీయ క్రియా చాతుర్యాసాదిత్తాం హేహాసమాజ్ఞానోనామేయా నంతాశాంతాకాంతా త్యంతవర్ణనీయధ్వాంత పరిభావితకజ్జలఖంజన కాళిందీకృష్ణ సా

రతమాలహాలా హాలకాలమార్జాల బలాహకద్రోణ కాక
ప్రకర ప్రకాశుండును, ఆచ్ఛోదన విహారసమయాభీల కర
వాలవిదార్యమాణ బస్తోరభ్రనైచికీ శశకీ శశశాదనసారంగ
వృషభషకసృగాలబిడాల విట్చ్వరేట్చ్వర క్రకరప్రకరవ వూర్జని
తలోహితబిందుసందోహ సంపాన మత్తకాక గృధ్రకోలాహ
లబధిరీకృత దిఙ్మండ లుండును, ప్రేష్యతర్జన గర్జన భర్జనస
మజ్జితా సంతాపాతురధావన్నిఖిలాశా నమాగత వనీవకస
మూహుండును, ఆసేతుహిమాచల మధ్యాఖండ భూమండ
లస్థదివ్యభవ్య పుణ్యక్షేత్ర యాత్రాయాత సద్బాడబకేదా
రకాదంబినీ ఝంఝూనిలుండును, హితామాత్య పురోహిత
దర్శకసేవక భౌరిక నైష్కి కాంతర్వంశికశుక మనోరథవల్లీ
కరిణపూరణీ ధరణీరుహుండును, పిశునదుర్జన ఘాతుకవంచ
కతస్కరితయథాజాత మితంపచమలి మ్లుచరక్షణదీక్షాబద్ధకం
కణుండును. విప్రకృతసుచరిత్రా నికర మనోవ్యథమాత్ర
దైనందిన క్షీణాయుర్ధన సంపద్విశేష చలితస్వాంతుండును,
క్షుద్రవనితాక్షీణ వికటకటాక్షవీక్షణా శనిజత శరీరమహీధ
రుండును, తిరస్కారకుపితసకలసుకవినికరభీషణపరుషభాషావి
శేషశప్తుండును నీచాసర్థోన్మత్తప్రలాపకలాప నిష్ఫలీకృతస
ర్వకాలసర్వావస్థుండును నగుదుర్మార్గుండను ఏడుదుర్గుణంబుల
న్నియుమూర్తిభవించెనోయనవెలయుచుండు॥ 54

సీ. అఖిలదుర్గుణములకందివేసినచేయి,
యంహములకునాలమైనదుంప!

పరులనుబీడించుపనికి పెట్టినపేరు,
దొంగతనమునకుఁ దొల్లి వేల్పు।
పెంకుటిండ్లకు నగ్గిపేర్చుడమున మేటి,
బఁడబూతులను బేర్వడిన పెద్ద।
విబుధులపాలిట వెలసిన రాకాసి,
పెండ్లిండ్లు చెడగొట్టుపీడవిధవ।

గీ. పుట్టనట్టిబిడ్డకుఁ బేరుపెట్టువాఁడు।
తిన్న యింటికి వాసాలనెన్ను వాఁడు।
జుట్టుజట్లకు ముడిపెట్టఁ జూచువాఁడు।
కాఁడె దుర్మార్గనాముఁడు క్ష్మాతలమున॥ 55

ఉ॥ జారులలోపలన్ ఘనుఁడసత్యపువాదులలోన పెద్దవల్।
చోరులకెల్ల మేటివట్టుజూదరిగాండ్రకు నెల్ల సద్గురుం।
దారయుహంతకావళికి నాద్యుఁడు దుష్టులలోన రాజుదు।
ష్కర్ములలోనఁ బేరుగలకూళ యతండు దలంపవల్పుడే॥ 56

ఉ॥ మెండుగ పారులం గెడపి మేదిని సత్యము రూపుమాపి పె।
న్గొండల డాగి పాంథులను గొట్టి గృహంబుల నెల్ల నగ్గికిం।
బండువు సేసి రుష్టుల సెబాసని మెచ్చి ఘనంపుఁ జూడ్కులన్।
మిండలరఁడలన్గనియు పేరు వహించెనతండు నీచుఁడే॥ 57

ఉ॥ గొట్టునుదల్లిదండ్రులను గొంకక యిచ్చ నొకింతయేనియుం।
బెట్టును బీదసాదలను బేరిముడిపీడుచు ముప్పుతిప్పలం।
దిట్టును దండిపండితుల దిక్కుమొగంబయి పెద్దపెట్టుగా।
మొట్టును సేవకాజనము మోదము దక్కుచు ఖేదమొందఁగన్॥

ఉ॥ ఎప్పుడుజీవహింసలకు నేగుచుదారుణపాపకర్ముఁడై।
ముప్పుఘటింపఁజేయుజనువాలలదాగినవారినేనియుం।
దప్పులులేకపోయినను దప్పుగ మోపుచుఁ బుణ్యకాంతలన్।
గొప్పలుపట్టియీడ్చుకడుకోపియతండుధరాతలంబునన్॥ 59

గీ॥ చూడవచ్చినచుట్టాలనాడువారి।
నింటనుంచి రేయిని మెడలెల్లతడవి।
దాచిపుస్తెపూసలఁద్రెంచిసురనునమ్ము।
వాండ్రకిడుఁజాకలకుగొట్టివాఁడుమిగుల॥ 60

గీ॥ అన్నమోరామచంద్రాయటంచుఁదిరుగు।
వారిచేఁబన్నులనుగొంచుఁబైకమెల్ల।
యిచ్చకముఁజెప్పుధనికునికిచ్చివేయు।
కాకిఁగొట్టిగ్రద్దకువేయుకరణిధరణి॥ 61

గీ॥ తెలివిగలవారలైరెనదిగువనుండ।
నున్నతాసనమునకెక్కునోటలేక।
మత్తనాగపంచాస్యముల్ మహినిఁదిరుగ।
చెట్టుకొనకొమ్మలకుఁగోతిచేరునట్లు॥ 62

క॥ పనిలేకపోయిననుదాఁ।
బనికల్పించుకొనిపోవుఁబ్రతిగృహమునకుం।
గనమొకుగుములునుజీలుబుఁ
జనవేపని లేకపెక్కుసదనంబులకున్॥ 63

గీ॥ పుడమివారకాంతలుసొమ్ముపుచ్చుకొనుచు।
నియ్యలేదనివానినినేడిపింప।
వాఁడుసంసారసతులకుఁబైసయేని।
నియ్యకనెయిచ్చితినటంచునేడిపించు॥ 64

సీ॥ తనుదానుస్తుతియించుకొనుచుండునెవఁడన్న,
జుట్టనవ్రేలేనితట్టుఁగురుగు।
బీదసాదలఁగాంచిపీడించునెవఁడన్న,
దృగ్యుగంబెవ్వానిదిక్కుగనును।
వనితలకడకల్లలనుబ్రేలునెవఁడన్న,
నలజింహ్వయెవ్వనియాఖ్యనెత్తు।
జూదానఁబేరుసంపాదించెనెవఁడన్న,
వక్త్రాబ్జమెవ్వానివైపుమరలు।

గీ॥ నెల్లదుర్గుణంబులకుఁబుట్టిల్లెవండ।
టన్నడెందమెవ్వానినేయెన్నఁబోవు।
నట్టిదుర్మార్గనామకుఁడీయవనిలోన।
నరుఁడుమాత్రుఁడేతలఁపవానరుఁడుగాని॥ 65

సీ॥ పుట్టెడుకల్లునీపొట్టఁబెట్టితినంచు,
బట్టనెత్తినొకతెమొట్టుచుండ।
బట్టినిఁబట్టిచంపఁగనెట్టిరోగంబు,
పుట్టెనీకనిమోర్తుతిట్టుచుండఁ।

గట్టబట్టలు లేనిపట్టుల నేయుండుఁ,
బట్టనంచొక్కతె నెట్టుచుండఁ।
జట్ట నిప్పిచ్చుటఁబుట్టఁబోదని యూమ్పఁ,
గట్ట చేనొక లేమకొట్టుచుండ।

గీ॥ వాఁడు నిశవేళలనుదొంగ వానిబోలెఁ।
గడుషికారులు సేయుచుఁగాంతలలుక।
మొకము పైఁజల్లు పేడనీళ్ళ కలరితన।
యట్టివారేరులేరంచు మిట్టిపడును॥ 66

సీ॥ మాయప్ప దెమ్మునీమచ్చమాయనటంచు,
నిరతంబుఁదిట్టనినీచుఁడొకఁడు।
మాయుసుకుదవిలిమడిసిపోమవటంచు,
దుమ్మెత్తిపోయనిధూర్తుఁడొకఁడు।
భార్యకునాకెసబాపితినీవింక,
మనుదువేయునట్టిమనుజుఁడొకఁడు।
నీవుగాల్చినఘుండ్లనెగడలేదింతకు,
సరిలెమ్మనినయట్టిజనుడొకండు।

గీ॥ లేదువానిఁజూచినవేళపీడునందు
జననకాలమెట్టిదొగానిగనఁగరాదు।
ధరణిపతులైనమర్యాదఁదప్పినయెడ।
గుడ్డిగవ్వకుఁగొఱగారుక్షోణియందు॥ 67

గీ॥ భువినినాస్తికోత్తంసుఁడెవఁడటంచు।
నలువయడుగ వానినిఁ జూపినాటనుండి
తర్జనీకరశాఖప్రూతంబుగాక।
పరగలేకున్న నది సేయుఁ బాప మేమి॥ 68

గీ॥ ఉగ్గుపాలతో నీగొనాలుదయమయ్యె।
మొడ్డిదొడ్డిఁకోజిల్లేళ్ళు మొలచుమాడ్కి।
ప్రతిదినంబునవింతగఁ బ్రబలనాగ।
బొమ్మజెముడులు నానాటఁ బొల్చుపగిది॥ 69

క॥ ఇమ్మహిం దుర్మార్గుగుణచ।
యమ్ములఁగొని క్రొట్టెతిట్టెయుడలు పరిచినన్।
హుమ్మని తఃతలయెత్తును।
బొమ్మజెముడులు తెగనరకఁ బొల్చుకయున్నే॥ 70

ఉ॥ ఎప్పుడువచ్చునో యిలకు నెప్పుడు గీములమంట పెట్టునో।
యెప్పుడు గొట్టునో మనల నెప్పుడు వృద్ధులఁ బట్టి చంపునో।
యెప్పుడు చెండునో శిశుల నెప్పుడు గొడ్డులఁ జావమోదునో
యిప్పురి నుండలేమనుచు నేడ్చెద రెంతయు వాని బాధలన్॥ 71

గీ॥ శబరిఁ దిలకించు పక్షులచయము వ్రాలె।
బిల్లిఁ బరికించు నాఖులపిండు మాడ్కి।
విషధరముఁ జూచు మండూకనికరమట్లు।
కలవరించు దుర్మార్గునిఁ గాంచు జనము॥ 72

వ॥ ఇత్తెఱంగునఁ బ్రజలు వెఱపునొంద నిఖిలసద్గుణంబులు నిత
ని ద్రైకాంజ్ఞాలు పుట్టినపయ్యాశ్చర్యమొంద ధూమకేతువు
ప్రేశించిన చండఁ బున రాజ్యంబు పూజ్యంబుగఁ బరిపాలింపు
చుండెనత్తరి శతసన్నిధానంబునకు గోభక్షకుని సమూహంబు
నకు శరభక్షకుఁడువోలె ముష్టిఘాతమాత్ర మరణిత నానా
మృగజాతుండును, దండప్రహార పీడిత నిఖిల పుణ్యక్షేత్ర
యాత్రికలిత ధరణీబృందారకబృందుండును, నిజకో
ధానల మావిర్భాగఘటిత సజ్జనహానివిసుండును, శశ్వద్దహ
నిత గృహారామనిచయుండును, స్వనూతృకామవిచ్ఛేదకుండు
ను, తిష్ఠన్మాత్రుండును నగు మర్కటకయను విప్రుండుదెంచి॥

మ॥ కనియెన్ లోహితనేత్రు నుష్కృతమనఃకంజాతపన్నిత్రుఁగా।
ర్ధససంఘస్తుతిపాత్రుఁ బాప్వవ్వయపరోంరత్నాకరగోద్యాభ్రతస।
జ్జంభాస్వాగ్భడబాగ్నిహిమాత్రుఁ బటుమశ్చారిత్రునావిర్ధవా।
మానగాత్రుం దనమోరిలఘోరతరదుర్మార్గాభిదావాత్రునిన్॥

చ॥ హరిగుణశీలుఁ గూరిరవికరావనలోలున శేషపూజ్యశే।
ఖరగణకాలుఘోరతరకాననఖేలుమృపాలవాలుసం।
పరిచితక్రమజాలుగురుభావితపావజనానుకూలుస।
బ్బురముగ నాత్రుఁ బాలుఁగసి హాంగునఁ బొంగెను నింగియంటగన్

సీ॥ తృణములోమదుని భస్మము చేసినహరుని,
ఫాలనేత్రంబుగాపాదుగాత।

కనకకశిపుఁ జీల్చికడునుగ్రమయి యుండు,
నరహరిరూపునిన్నరయుగాలె।
సురలెల్లదెసలకుఁబరువెత్తఁజేసిన।
హాలాహాలంబువిన్నెలఁగాత।
మహిషాసురునిజంపిబహుభీకరంబయిన।
శాంకరితేజంబుసాకుగాత।

గీ॥ మానుచుగోజ్జలకడగొల్లయట్టులరచి
మొగపుఁదుంపరల్ వర్షంబుపోల్కెఁ బడఁగ।
బుడమినాశీర్వదించిమిగ్భాఃమొగము।
చేటగానొప్పదుర్మార్గుచెంతఁ లిచె॥ 76

క॥ వచ్చినభూసురుఁగనుఁగొని।
ముచ్చటకుమార్గుడపుడుమ్రొక్కులఁ పదిపేల్।
చెచ్చెరనిడివిప్రాగ్రణి।
ఎచ్చోటచుబాసివచ్చితీవిచ్చటకిఁక ॥ 77

గీ॥ కోటివరహాలనీయకుర్గుణధురీణ।
నిన్నుఁబోలెడుశుంఠనానిలయమునకు
వచ్చునేనేఁడమంగళవాక్యమునుఁగ।
నాకుఁగాకన్యులకుపేలెశోకమందు॥ 78

క॥ మీమాటలుశూలంబులు।
మీమెట్టినకడశ్మశానమేదినిమీయం।

ఘూర్ణములతోయములుకిటి।
ఈ్రోమేడితకర్ధంబు బుశుంరాధ్యకా॥ 79

శా॥ ఏయే వేశ్యగణంబునాఁకసితిరేయేశిష్టులం దిట్టినా।
రేయేకొంపలయందుఁ జిచ్చిడితిరేయేచెర్వులంబూడ్చినా।
రేయేదాకులకంవఁగొట్టితిరి, యేయేతోటలంబీకినా।
రాయాకృష్టవికృష్టచేష్టలను భ్రష్టానాకుఁ జెప్పంగదే॥ 80

వ॥ అని యిల్లు దుర్మార్గుండు విన్నవింప దుర్బోధితల నాడించి
తత్ప్రతాపంబు నిట్లని చెప్పందొడంగె॥ 81

సీ. బీదసాదలగాంచి వెలిమీఁక నివచించి,
లంచపుసొమ్ము గ్రహించినాఁడ।
ముందునాకన్న తాంబూలంబుఁ గైకొన్న,
విప్రుచేతులఁ బట్టివిరచినాఁడ।
బాలరండలగర్భపాతనంబును జేసి,
వారిభూములఁ గొంచుఁ బ్రబలినాఁడ।
పీటలపై నున్న పెండ్లిండ్లు వడగొట్టి,
పూర్ణప్రతిష్టలఁ బొందినాఁడ।

గీ. కడలిమొలనూలుగానున్న క్ష్మాతలంబు।
నందుబూతాలలోఁ బేరుజెందినాఁడ।
తలలుమాఱ్చుటలో నన్నుదాటువారు।
లెంకలేరనిబిరుదము నొందినాఁడ॥ 82

సీ॥ కరకరమనుఁట్టిగారెఠేనూరైన,
ఘనమొప్పఁజీకికిఁగోఁదినఁగనేర్తు।
బ్రాహ్మణార్థముమీఁద బ్రాహ్మణార్థంబును,
జెలఁగియొక్క దినానఁ జేయనేర్తు।
మాటిమాటికినిసంభావనల్ గొంటకుఁ,
గోటగోడలలీలదాటనేర్తు।
చెప్పినమాటనుజెప్పకమానాళ్ళ,
బద్ధంపుసాక్ష్యంబుపలుకనేర్తు।

గీ. కొంచెమూపిరియుండ శేదంచుఁబలికి।
పీనుఁగులఁబీనుఁగులమంటఁబెట్టనేర్తు।
విధవలకుఁదియ్యమాటలుఁకధలుసెప్పి
కరము బుజ్జిమున్న గఁగొరగంగినేర్తు॥ 83

సీ॥ ముసలిముండలమీఁద రెసలఁజూపుటయున్న,
వల్లేరుపైబండినడకగాదె।
కనుపడతిరిపెగాండ్రనుదిట్టుటయటన్న,
నంబికొండయదండనంబుగాదె।
తప్పుసాక్ష్యముపల్కి ధనములాగుటయున్న,
షడ్రసోపేతభోజనముగాదె।
తడివస్త్రములతోడ మెడలఁగోయుటయున్న,
జననముతోజనించినదిగాదె॥

గీ॥ ముక్కుపచ్చలారనిముద్దుపుత్రికలను।
వరుసవిక్రయించుటయన్నవ్రతముగాదె।
కుత్రమాటకుఁజెవికోసికొనుటయన్న।
నిక్కమైనప్రార్వాచారఫక్కిగాదె॥ 84

సీ॥ కమలాక్షికూతురికన్నెరికంబుకై,
తిమ్మాజిరావునుదెచ్చుటందు।
రాజగోపాలుసర్వస్వంబుపోమ్మరి,
నాంచార్దేవికిప్పించుటందు।
పురుషోత్తరావాలిపుస్తెసైతెముద్రెంపి,
యింటిలోపలినుండియీడ్చుటందు।
చీకటితప్పుఁజేసినవాజపేయుల,
తిమ్మినిండగుకద్పుదింపుటందు॥

గీ॥ నాదురాయభారమునేర్పునాదుపూర్ణ।
మైనవ్యవహారచాకచక్యంబునాదు।
బాహుదండబలమునాదుపరమగుహ్య।
మైనమంత్రసానితెలివిగానవడదె॥ 85

వ॥ ఇల్లు తనప్రభావంబును బల్కి బాలకా నీశ్రేయోభిలాషిని గాన నీకుంగొన్నిధర్మంబుల మర్మంబులుపదేశించెద సమాహిత చిత్తుండవై వినుమనియిట్లనియె॥

సీ॥ నూనూగుమీసాలురానివానికైనఁ,
గామశాస్త్రంబునుగఱపుచుందు।

పైకంబుపోయినప్రాణంబుపోనను,
వానిలోభత్వంబుఁబాపుచుంద్రు।
సకలమాకర్షించిసన్న్యాసమిప్పించి,
సత్యవిరాగులసలుపుచుంద్రు।
పలుపన్నెలుంగలవ్యాధులనంటించి,
పరలోకమునకఁబంపుచుంద్రు॥

గీ॥ రవనిహారకాంతలుగాననట్టివారి।
కెపుడుపాదముల్ పిసుకుచునెలమిదట్ట।
ములనుమోయుచుభక్తిసేవలఁసలుపుచు।
కాలమునుబుచ్చుచుందుమాకులాళమిన్న॥ 87

ఉ॥ క్రొంపలుగాల్చుమీవిబుధకోటులదిట్టుచుబిట్టమొట్టుమీ।
చెంపలువేయుమీపిగనుజెంతలబోగమువారినుంచుమీ।
పెంపువహింపుమీప్రజలబిడ్డలగొడ్డులజావమోదుమీ।
కంపలుదార్లకడ్డముగగట్టుచుముత్త్యాలదోచుకోజుమీ॥ 88

మ॥ పరదారాగమనంబుకోరిసతులంపల్మారువీక్షింపుమా।
పరవాసంబునుజేరినాదముబలేబాగంచుభక్షింపుమా।
పశుతేరైనజనంగజూచిముదమొప్పన్ దారిశిక్షింపుమా।
పరసౌఖ్యంబులభించుదీనివలనన్ భావింపదుర్మార్గుడా॥ 89

శా॥ దారన్నెత్తినిబెట్టుకొంచుజననిందారోయంచుదూషింపుమీ।
నారాచాములదిట్టుదుర్వ్రతపగులంజకంగభూషింపుమీ।

వీకున్వారనబోకకుత్సితతతిన్వీక్షించిపోషింపుమీ।
దూరంబై చనుమీఫలంపుపనికిన్దుర్మార్గచూడామణీ॥ 90

మ॥ కనుమీకూకలొసంగివారసతులన్గా రాముచేసిచ్చలున్।
వినుమీసజ్జనదూషణంబుశ్రుతికిన్విందొప్పనేప్రొద్దువన్।
జనుమీకూడునునీళ్ళు లేకజనులంజక్కాడగాలెస్సగన్।
మనుమీనావచనంబుమీదగలుగున్మర్యాదదుర్మార్గుడా॥

క॥ పండితమండలిమెండుగ।
భండనమునబాధపెట్టివారిగృహములు।
ద్దండతమెరయగశిఖికిం।
బండువుసేసికడుపుబ్బపకపకనగుమా॥ 92

క॥ ఈవుగుడుపనివాదార్థము।
నీవసుధాస్థలిమరొక్కరేరైనగనం।
త్రోవంగసద్దుపరువుము।
నూవృషమునుగడ్డియుండుశునకముపగిదిన్॥ 93

గీ॥ నీకుదుర్మార్గనామంబునిజమటంచు।
ప్రజలుగుంపులుగూడుచుబలుకునటుల।
పలువిధములనేబోధించుపనులయందు
పట్టుబూనుమీనీపాడెకట్టుదాక॥ 94

ఆ॥ ఎక్కువగనుజెప్పనేలబల్కెదవిను।
ఒక్కమాటలోననోరిశిష్య।

మంచిచెడ్డ చెడ్డమంచిగా జేసిన।
నిన్నుతండ్రిదలనునన్నె నండ్రు॥ 95

ఉ॥ ఎచ్చటకేగనన్ని సుఖలేంద్రభరావరకుత్రిగోత్తమా।
ప్రముచ్చిలియాకతాంగదోరమూర్ఖకగర్జనచక్రవర్తినీ।
చచ్చుటయెన్నడోగదరచక్కనినీతిలమంగలకన్నలిః।
పెచ్చుగజూతుమాయుమనెల్లరుదీనపసేయునెంతునిక 96

వ॥ ఇల్లు దుర్భిక్షి పలు తెరంగుల నుపదేశించి స్వస్థానంబునకుం
జనినో నంత॥ 97

గీ॥ వాంతకులకుసన్నగవిమబ్బినట్లు।
దొంగలకుజీకువాలులుదొంగకినట్లు।
కోతులకుమద్యపానంబుగూడినట్లు।
పుడమిదుర్మార్గునకుగురుబోధమబ్బె॥ 98

గీ॥ తొల్లికన్న వేయిమడుగులల్లరిగను।
వాడురాజ్యంబుసేయంగప్రజలుతగ్గు।
గాములబొండిరిమందుకైననుకమాన్య।
డెంసు లేడుదీనపలకుసందియంబు॥ 99

క॥ ఏజాడలేడుపడచును।
యాజాడనెలోకముండునారయగయథా।
రాజాతథాప్రజాయను।
భూజనవాదంబుపొల్లుపోవునెయధిప॥ 100

వ॥ అత్తరి॥ 101

చ॥ తనభువిజూడగాంద్రకునుదంభులకిత్తురటంచులచ్చియుం।
దనుహృదయంబులోనెపుడుదాచుచునుందురటంచువాణియుం
దనుపనిలేనికార్యములథారనుబోయెదరంచుశక్తియుం।
గినియుచుభర్తలన్వదలిఖేదములన్వనభూమికేగగాన్॥ 102

గీ॥ కమలములులేనిసారసాకరమువోలె।
జీవనములేనిస్రోతస్వినీవిధాన।
తమపడంతులులేకున్నతమగృహంబు।
లున్నతన్నారగాంచినిట్టూర్పులెగయ॥ 103

గీ॥ శక్తిశక్తియంచుచంద్రచూడామణి।
లచ్చిలచ్చియంచులచ్చిమగడు।
వాణివాణియంచువనజాసనుండును।
వగలతెగలమిగులపొగలిరపుడు॥ 104

గీ॥ పడతిలేనియట్టిపండువుదండువు।
చానలేనియట్టిశయ్యకొయ్య।
పొలతిలేనియట్టిభోగంబురోగంబు।
భామలేనియట్టిగీముపాము॥ 105

క॥ అనిమిషతతితెరంగులనా।
వనజాసనవాసుదేవభర్గులుచింతా।
వనధిమునిగికొంతదడవు।
మనమునదలపోసిగహనమార్గములరయన్॥ 106

క॥ ఒక్కరుపోయినజాడను।
రొక్కరెఱుంగకచనజననువిదానన్నుం'
చిక్కొనరించిచనదగునె।
యక్కటరావేయనియెడియార్తస్వరమున్॥ 107

క॥ వినినలువనాపగిదియా।
జనుడెవడోకాంతకొరకునంతాపమునన్।
వనములదిరిగెడుచూచెద।
నసిదవ్వులకేగియిట్టులనియెంబ్రీతిన్॥ 108

ఆ॥ అయ్యవారారలెవ్వరడవిలోజరియింప।
సేలనన్నుబోలిజాలినొంది।
యనినతనకుమూఢుడనియెంచివెన్నుండు।
గోలబెట్టనేలకొడుకుగుజ్జ॥ 109

ఆ॥ నాసుందరాంగినీసుప్రేముడితల్లి।
కడలిచూలినన్నుకడకుద్రోచి।
యిచ్చవచ్చినట్టులేగెదానెచటికో।
గానవడతికొరకుకదలినాడ॥ 110

వ॥ అనినబ్రహ్మయిట్లనియె॥ 111

గీ॥ వడితికైచింతనొందునిర్భాగ్యుశ్రుతికి।
తల్లివార్తలువినబడితెగనివెతల।
పాలొనర్చెసాగరమీదువానివీచి।
కలరుదెంచిముంచువగిదికట్టకట్ట॥ 112

వ॥ ఇట్లు పరమేష్ఠిపెద్దయుం బ్రొద్దునేలంబడి చింతిలుచుండ చే
తులులేవనెత్తి బాలా యేలాయీలీలగోలబెట్టెదవు చీకటు
లుఁపోయి వెన్నెలలురాకయుండునే మన మిరువురముకలిసి
లక్ష్మీసరస్వతుల నారయుదము రమ్మని వెన్నుండుసుతునితో
డ ఁయనంబై యీశాన్యాభిముఖంబుగా జనునెడ॥ 113

గీ॥ అమలగుణశీలభక్తదయాలవాల।
మహితరిపుజాలమధుకరమంజువాల।
యేలయీలీలవల్లిమలబాలరాడు।
కరుణయనిచింతిలుశివుండుగాననయ్యె॥ 114

క॥ అత్తరిఁజిత్తజజనకుడు।
చిత్తజవైరినిగనుగొనిక్షేమముబావా।
తత్తడిలేకనెవచ్చితి।
విత్తెరగునహేతువేమియేర్పడచెపుమా॥ 115

క॥ అనవినిపురారిహరినిం।
గనినీసైదోడుజాడగానకయిట్లీ।
వనభూములకేతెంచితి।
జననాంతరకర్మమిట్లుసల్పెనుబావా॥ 116

గీ॥ ముద్దుగుమ్మలేనవ్వులమోముజూడ।
కున్ననీమేనుపైయాసనున్ననువ్వే।
కూడునీళ్ళునులేకనేచేడెనెమకి।
దవులువ్యసనంబుచేపాండుతనుడనైతి॥ 117

వ॥ అనినమురారి యిట్లనియె॥ 118

గీ॥ అయ్యమేమునుభామలసరయవచ్చి।
నారమీకానగానమువారినెందు।
మూడువంక్తులలిపియుండెమువ్వరకును।
నెక్కచందానలేలేండుషిక్కలేల॥ 119

క॥ అనిహరిహరునిక్షైతము।
తనవెంటనిడుకొనియేగెదారుణమగుకా।
ననసీమలకుంగాంతా।
గనకంబులపైనెవరికిగలుగవువలవుల్॥ 120

వ॥ ఇట్లుఁజనిచనివారు॥ 121

ఉ॥ చంకనుదుడ్డుఁగ్రానుభుజంబుననల్లనిపెద్దకంబళిన్।
పొంకముమీరనత్తిపయిముంతనుబెట్టిధరించిజొంపమున్।
చింకిరిచెప్పులందొడిగిచెప్పకనేతనగొల్లజాతిని।
శ్శంకముగాఁబ్రకాశమునుసల్పెడిగొల్లనిగాంచిరొక్కచోన్॥

క॥ కనివానిపజ్జకుంజని।
వనముననెందైనగంటెవనితాత్రితయం।
బునునావుడుగొల్లపలికె।
వనితలగినితలనుగానపలుకకుడింకన్॥ 123

క॥ అల్లదెబాగుగచూడుడు।
నల్లనిమానులుగనపడునాచేచాయన్।

మెల్లగనల్లనిమెఱ్ఱని।
తెల్లనిదయ్యాలుమూఁడుతిరుగుచునుండన్॥ 124

సీ॥ అవిగనినయంతమాగుండెలదరుచుండు।
బమ్మరాకాసులేమొమాపాలబడియె।
నీళ్ళునిప్పులేకనేపెక్కునెలలనుండి।
కాపురంబీడనేయ్యుండెకర్మమకట॥ 125

క॥ ఆపలుకులుదాఁజెవినిడి,
శ్రీపతిముదమొందిధాతశితికంఠులతో౯।
వాపోవజనదికయనిన।
మీవంబునకేగిగాంచెమెలతలనచట౯॥ 126

గీ॥ తావులనుబాసికీర్తులబాలుజేసి।
యుదవులనుడాసిరావంగన్యాయమొక్కొ।
చండికారమాభారతీసాధ్వులార।
పుణ్యవతులారయమరాగ్రగణ్యలార॥ 127

క॥ ఇటులంబెక్కుతెరంగుల।
కుటిలాలకలారయంచుగోలంబెట్టం।
గటగటయొకింతయుశ్రవణ।
పుటస్థలినిజేర్పరయ్యెమువ్వుఁసుదతుల్॥ 128

క॥ • అప్పుడుధాతసతినిముద।
మొప్పంగనిపల్కెనిద్దియువిదలకగునే।

చప్పుడుచేయకరమ్మిక।
తప్పులగునలువురులోనతరలకయున్నఁ 129॥

వ॥ అనిన సరస్వతి యిట్లనియె॥ 130

ఆ॥ చాలుచాలుమీవచనములురవ్వంత।
కట్టిపెట్టుడింకగుట్టులేల।
బట్టబయలుగాదెప్రజలచిత్తంబులో।
మెలగనింకనామతలఘుకాదు॥ 131

క॥ తానభ్యసించినచదువు।
దానంబీయంగలేకతనశిష్యులకుఁ।
గానన్గుహావిత్తముంచఁ।
దానందనకుక్షిలోనదాచునకుడాగిఁ॥ 132

వ॥ అంతరమాకాంత యిట్లనియె॥ 133

గీ॥ కుత్సితతతికిదుర్జనగోత్రములకు।
ద్యూతపరులకుసన్మార్గదూరులకును।
పొమ్ముటాలులకిత్తురుపుడమినన్న।
వారిగీములవానంబుపడయలేను॥ 134

క॥ పదపడివఱగనిదుర్గా।
సుదతీమణితానుబల్కెక్షోణీస్థలినే।
బ్రతుకంగలేనుధూర్తులు।
మదమునకుపార్శ్వపక్షిమానువుదురనసుఁ॥ 135

గీ॥ జగతిదుర్మార్గనాముండుచచ్చుదాక।
యిచటనేయుందుమందురానేలననిన।
దేవతలుమువ్వురచ్చటపావనమగు।
తపముసేయుసాగిరిముందుదారిలేమి॥ 136

వ॥ ఇత్తెరంగున కాలవశంబున హరిహరబ్రహ్మలుసైతము దుర్మార్గుండు విగతజీవుండయి ప్రజలుసన్మార్గవర్తనులగు పర్యంతంబెన్నరానియుగంగదల ననుభవించిరి కాదే యేనుగువేట బడి కొట్టుకొనిపోవుచుండ నక్క పాటిరేవడిగిన చందంబు గానుండె నీమాటలు గాన నికవగపుడుగుమని యూరడించునవిషేకి హరిశ్చంద్రుండు తరువాతవృత్తాంతంబడిగిన నతండిట్లనియె॥ 137

గీ॥ ధరనుదుర్మార్గునకునెప్డుదగుననంగ।
గలడుగాదిలిసంగడికాడుకుమతి।
నాగశ్వాసములనుమించునమ్మకంబు।
చేతడనరుచుండునుదనచేతవలన॥ 138

వ॥ ఒక్కనాడు దుర్మార్గుండు తనసంగడికానితో గూఢధుత్తూరాస్ఫోటావల్లు జాజి గన్ధికోగ్ర గన్ధానిర్వణ్డా శ్వదంష్ట్రావహ్నిసంజ్ఞికా భృంగరాజవిషాణీ కాకాంగీ వత్సాదనీ సంస్పర్శదుః స్పర్శవ్యాఘ్రపుచ్ఛవజ్రద్రుప్రముఖ నానావిధద్రుమ విరాజితంబును దంశమూషికా కృకలాసోర్ణనా భకర్ణజలూకాశూకకీటకర్కరేటు సకృత్రృజగణ్డోలీ భృంగారీజ్యో

తిరింగిణ ముఖ్యజంతు సంతాన సంకులంబును నగువనంబు
నకుంజని యందలితరు విశేషంబుల నెచ్చెలికి జూపుచునిట్టు
లనియె॥ 139

గీ॥ ప్రసవమకరందమానంగభసలపఙ్క్తు।
వ్రాలిముఱమాలమాడుచునేలమీఁద।
బడుటకతమునను మ్మెదల్ ప్ర చురనీల।
దేహకాంతులదనరుటదెలియనయ్యె॥ 140

ఉ॥ దానిసుసౌరభంబుబలెదానిదళాంచితశాఖికాప్రభల్।
దానిసుమాళివృద్ధియుహ దానిమధుస్రవతత్ఫలంబులున్।
దానివిశాలమూలములుధారుణినేఱెఱులందుగల్గున।
ద్ధానికసింతచెట్టునుసదాతలపోయెరెచూడునెచ్చెలీ॥ 141

గీ॥ కాలుపెట్టినయంతనేతేలుకుట్టి।
నట్టిపోలికసలుపుచునహాహాయిచట।
నెందుజూచినకౌతుకమొందజేయు।
స్వాదుకష్టకతరువులుసంగడీఁడ॥ 142

గీ॥ వీకనన్మత్తతరువులయాకులెలమి।
తెచ్చిగిద్దెడురసమునుదీసిత్రావ।
తనదుఘననామమంతసార్థకముగాక।
మనుజుఁడున్మత్తుడై క్షణమరణమొందు॥ 143

క॥ మిక్కిలిజారత్వంబున।
లెక్కింవగకోటగోడలిలగదాటన్।

గ్రక్కునగాయముగాఁగను।
జక్కఁగదాఁకికసింతిపహూకారిగదా॥ 144

తే॥ దొంగతిపమునుగాఁవింపదొంగదొంగ।
యునుచునింటివారెల్లఁ నెఱుగుబడము।
మనముగలవారివాలిటికల్పతరువు।
గానెఱుఁగాఁబోమ్మజెమ్ముమలుగంటెసుమతి॥ 145

గీ॥ దేనికాయలవలననుదిత్తుమనము।
చవితిపండుగదినమ్మునఁ భువినితింద్రు।
మట్టివల్లెపుమానులనరసినావె।
నాడుగాదిలిచెలికాడమోదమెసఁగ। 146

క॥ సీతాకోకచిలుకలతి।
చేతఃకౌతుకముతోడఁజెలఁగుచునుండుం।
ఖ్యాతిమయినెగుగుచుండెన।
భూతలమునవీనిపొంకుసొగడఁన్వశమే॥ 147

వ॥ ఇట్లు వనవిశేషవీక్షణసౌఖ్యాబ్ధిమోలలాడుసమయంబున॥148

చ॥ తెనతెనుకాంతిదమ్మలకుదగ్గఁనల్లనిచాయసీయఁగా।
దనతనుగంధమింతియునుదాఁకినవారలుచచ్చుచుండఁగా।
.దనచనుదోయివిశ్వమునుతద్దయుశుభ్రముసేయుచుండఁగా।
జనుచెలినొర్తుగచ్చపొదచాటునగాంచిబలేబలేయనెన్। 149

సీ॥ ఉల్లిపనములోజోరిగయుండుఫక్కి।
పరగనత్తులకొలనులోబకముభంగి।

కాఁకినుండుసృగాలమ్ముకరణినలరి।
యవ్వనముననున్నకుమూషినరసియపుడు॥ 150

గీ॥ గుటకలనుమింగిరొట్టలకోట్లకొలది।
వేసిరోమముల్ భూదారవిధమునిక్క।
పొడవగాఁబత్తికాయలబోలుకనుల।
రెప్పవేయకవీక్షించెనప్పుడెలమి॥ 151

గీ॥ గార్ధభముస్వరమునకన్నకడిదివేఱు।
రెట్లధికముగావిన్నైనెనట్లుదోఁచె।
మున్నునాచేటచెవులకునెన్నదీని।
స్వరముకాబోలునాకారచాంద్యమేమి॥ 152

ఆ॥ దీనిబల్కరింపదిట్టునొక్కొట్టునో।
మెట్టునొసిగచేతబట్టుకొంచు।
నెగసితన్నునొకడుపగచేతలాగునొ।
రక్కొనొకనుబెట్లునిక్కమిపుడు॥ 153

సీ॥ కలికిమొగంబుశాఖామృగంబునుబోలు,
చెలియకన్నులసూదిబిలమునేలు।
కోమలికంఠంబుకొక్కెరలనుదూరు,
చెలిచన్నులుసొరకాయలనుగేరు।
కాంతదేహముచాకుకఁదూపమునుమించు,
మెలతకరములుకట్టెలనుబెంచు।

చేడియమధ్యంబుచింత మొద్దునుఁ గోయు,
ముదితస్వరముఖరములనుదోఁగియు॥

॥ ఔరయీయందమీచందమవనివదవ।
నాటిక్రొత్తవిధవకైన నాస్తి కాదె।
వగ్గుబమ్మ చేసగు నెయీపగిది దలప।
యముని చేసనితలఁ జెడదనతివసృష్టి॥ 154

॥ చానగాదిదిజముకోల వానగాని।
యింతిగాదిదియిడుమలదొంతిగాని।
యన్నగాదిదివలకాటిమన్నగాని।
కొమ్మగాదిదిబోడిపెద్దమ్మగాని॥ 155

॥ చెలియవదనమిత్తడిసిబ్బి చెన్నుదన్ను।
సఖియకనుబొమల్ ధ్వజములసౌరుగేఁ।
మెలతమైచాయబొగ్గులమించునెంచు।
నువిదనడకగాడిదనడసొంపు దెప్పు॥ 156

॥ నడకలు పిచుకలబోలును।
నుడులన్ననుదుమ్ముకట్టెలోయననొప్పుం।
నడుమదిజెప్పందరమే।
గడుపెద్దగుమద్దిరోలు కైవడిఁదోచుఁ। 157

వ॥ ఇట్లాకురూపి సౌందర్యం బభివర్ణించుచు పిసితఖండంబుఁగాం
చినగృధ్రరాజముం బోలెదాని పజ్జకుఁజాసి॥ 158

గీ॥ ఇంతిపేరేమికాపురంబేడనన గ।
గొబ్బిపిప్పిపన్నులజిగిఁగ్రుమ్మరిలగ।
బిందువులువర్షధారలైవెడలరాల।
ఏకులైపారతెన్నుగడ్డల్లజేసి॥ 159

క॥ తిట్టీవతిట్టునుడిట్టక।
తిట్టెనుబారలనుజాపితిన్నగపదివేల్।
చట్టుపలుఁబద్ధలైచన।
గట్టాకాముకులకెందుగలుగవృఘనముల్॥ 160

వ॥ అప్పుడుదుర్మార్గుండిట్లనియె॥ 161

గీ॥ పడతినాలాయిచిత్తంబుబట్టియీడ్చి।
నీదుచూపుబరికియోకింతనెమ్మిలేక।
బిఁరబిగిసిచచ్చినబత్రపిల్లబయిట।
కటికచండాలుడీడ్చెడికరణినకట॥ 162

ఉ॥ కోకిలఖించుమైరయొరవుకుక్కుటజాలమునొంచుకోపముల్।
జీకటిపెంచుహాసమునుజిన్నెలువన్నెలుజూడఁబ్రాణముక్క్।
పీకుచునుండెనెప్పుడునుబిగ్గగవుంగలియేపుజూపుచు।
కాకనువీడమీఁదపడతిగాళ్ళనుగొట్టినమొద్దుకైవడిన్॥ 163

గీ॥ అతివనినజూచినంతనెయాపురమిని।
పొరలుపొరలుగాతోసంబుపుట్టెనెక్క।
పెట్టుగామాటిమాటికివిసుగులేక।
కరముకడుపునొప్పితెరిలకరణిధరణి॥ 164

గీ॥ నీదురూపంబు గాంచినవిమునముఁ దె।
తెరవనీయభిదానంబు దెలియదయ్యె।
తిమ్మనిమొగంబుఁజూచినతృటికలోనె।
వెఱ్ఱివిధవయైనను దానిపేరుగనదె॥ 165

గీ॥ ఇటులఁ బాధించుదుర్మార్గునీసు లెత్తు।
మూఁతులకుచేతులనుసాచిముఁతియపుడు।
బోర్లఁబడఁద్రోచెబాపురెపోతిసించు।
లెక్కఁబోక్కఁడు రక్తంబు గక్కునట్లు॥ 166

క॥ ఈలీలన్నేలబడియు।
దాలేచిమెయితుడుచుకొనితరుణీరత్నా।
ప్రేమాలకనికాముకస్వకు।
ఁలజ్జాయనుబుధోక్తి ధ్రువముగనయ్యెఁ 167

గీ॥ ఇలనుశ్లేష్మంబులోఁబడ్డయీఁగరీతిఁ।
బరగఁగుడితిలోపలఁబడ్డబల్లిభాతిఁ।
గొరలిబోనులోపలఁబడ్డగిరికభంగి।
నీవిదనీయందలీతమి నేనుంటినిపుడు॥ 168

గీ॥ వెఱ్ఱిపట్టినశ్వానఁబువిధినిభూత।
మావహించినమనుజునిరీతిఁబండు।
విప్పఁదొక్కినపల్లవగముచొప్పనిట్టు।
లున్ననాఁడాదఁగారుణ్యముంచవేల॥ 169

గీ॥ పాలఁతి నేరేడుపువ్వులఁబోలు నీదు।
దృష్టిచేత నన్ను నొకింతఁ దేరి బాగఁ।
గంటివేని సేకాలంబు నింటనుండు।
పాఁడిబఱ్ఱెవగిది చూచువాఁడ నిన్ను॥ 170

క॥ నిన్ను మహామారిపగిది।
నెన్నఁగఁ జూచుచు నవిరళశ్ములలో నీకన్।
సన్నుతులఁ గుచు నుందును।
దిన్నఁగను జెప్పఁ గ్రిందితేలువిధమునన్॥ 171

గీ॥ ఇట్టు ప్రార్థింపఁ బెడచెవిఁ బెట్టి యతివ।
పక్షిచందానఁ బఱువెత్తి పాడునూతి।
లోపలను దాఁగియుండ లోలోన దుఃఖ।
పడుచు దుర్మార్గుడు వెడలెఁ బడఁతికొఱకు॥ 172

ఉ॥ పొలుపగు తుమ్మలార విషముష్టిమహీజములార దీర్ఘరపి।
చ్ఛిలతరులార గోక్షురక చిత్రకతూదములార సారఫే।
నిలమదనార్కపర్ణ గుడనింబములార వరాకిమీఁదు నీ।
డలఁగ నిడాఁగియున్న యెడ డాయక చెప్పరె మీరు మ్రొక్కెదన్

సీ॥ సూచీబిలముఁ బోలు సొగసుఁ గన్నులదాని,
వీక్షించినారె జోరీగలార।
గార్దభముల దూఁగు గమన వైఖరిదానిఁ,
బరికించినారె కుక్కురములార।

కఱిబొగ్గులను గేరుకాయదీప్తులదాని,
                వీక్షించితిరె కాకవితతులార।
దధిబాఁడమునఁబోలుతలనెరిసినదానిఁ,
                జెలఁగికాంచితిరెకౌశికములార॥

గీ॥ పికుపైమెకములుకొక్కులుకొక్కరాలు।
వాకణంబులుక్రూకీఁచీకువాలు।
దివ్వెయార్పులుకూకటుగువ్వలార।
వెలఁదిఁగానరెమోపిల్లిపిల్లలార॥ 174

చ॥ అలమటబారికిందవిలిహాసతిహాసతియంచరణ్యమున్।
గలయఁజరించికాకములగద్దలనీక్రియవేఁడివేఁడిబి।
ట్టెలుఁగునదేవుఁడాయనుచునంతయుఁబెద్దఁగఁగొంతునెత్తివా।
డిలవిలపించెనశ్రుకణమేఁగలుగాఁబ్రవహింపనత్తరిన్॥ 175

గీ॥ అతివనీకంపునాఁకింపటంచుఁజేరి।
నట్టిసన్నిడబాయుటన్యాయమహానె।
నీవిఁకనురాకయున్ననీనిముషమునకే।
చానగొంతుపిసుకుకొనిచచ్చువాఁడ॥ 176

చ॥ అనియనివార్యమానమదనానలతప్తశరీరుఁడైమనం।
బునఁగలదుఃఖభారమునఁబొక్కుచుదిక్కులనెల్లఁజూచుచున్
వసమునఁగాంతగానమిశవంబువిధంబునవ్రాలిమూర్ఛిలెం
గనిననుకాళికాపదలుగాకసుఖంబులుగల్గఁబోవునే॥ 177

గీ॥ ఇటుల దుర్మార్గభూమీశుఁడిలను వారిలు।
నేమిదో చక్కసుమతి దా నేగిపోరి।
వర్గమునకీయుఁగంతెంబు బయలుపఱచ।
శంఠలు విధవలను జనిచూచి వానిఁ॥ 178

సీ॥ భూతంబు పట్టెనీపుత్రు పాధమునకంచు,
దయ్యాలధర్మాలు తెన్నొ పలికె।
వాటంబు హెచ్చెనీ పాటచ్చరునకంచు,
వైద్యాలవంగయ్య వరుసనుడివె।
గ్రహములు చాలవీకూరితునకటంచు।
జ్యోతిస్యులసుందరయ్య సారిద చెప్పె।
చప్పఁగాఁ జచ్చెనీ శగణోత్తముడంచు,
శవములశంభన్న సాకెవడిగ॥

గీ॥ నప్పుడెల్లమ్మగారిపుల్లమ్మ యుంటి।
యాయనిట్టెరుగ్గత చేతఁబోయెననియె।
కాదునయమాయెమావిస్సిగాడికప్పు।
డంచుసూరక్కగారిసుబ్బక్కపలికె॥ 179

గీ॥ అవుడువింతలమాఁదవీరమ్మగారు।
కారణంబును సుమతిని జేరియడిగి।
తెలిసికొనికురూపినెమకి తెచ్చిరాజు।
నెదుటఁబెట్టంగ లేచివాఁడిట్టులనియె॥ 180

చ॥ మరుఁడునిశాతబాణములమాటికిమాటికిగ్రుచ్చెనావిభా।
కరుఁడుకరంబునాతపముగాయఁగఁజొచ్చెనరిష్టగృధ్రజా।
తరవములెల్లదిక్కులనుదాఁటఁగమైకదుహెచ్చెనీదుసుం।
దరతనుజూడనాకిపుడుతప్పదుమృత్యువువచ్చెభామినీ॥ 181

సీ॥ ఈరీతిఁబ్రార్థింపనిష్టంపడకయున్న,
కాంతనుగడునుగంగమ్మగారు।
చాడీలసాత్తానిశాంతాఫలముగారు।
తలగొట్లమారికాంతమ్మగారు।
జగడాలజంగమజమాజానికముగారు,
చక్కల్లమారిహాజమ్మగారు।
మొదలైనవిధవలుమోసవాక్యములాడి,
మెడలువిరిచియొడంబడఁగఁజేసి॥

గీ॥ పరిణయముహూర్తముధ్రువంపఱచిపెండ్లి।
పనులసటఁజేయఁగడఁగిరిబ్రహ్మపెండ్లి।
ముడులుపెట్టఁద్రెంపఁగస్త్రీలముండలనుగఁ।
గొందఱినొవరించెనుగాదెక్షోణియందు॥ 182

క॥ ఆపెండ్లికిభూదివిజులు।
రూపాజీవలుదెసలనుమ్రోఁతలుసెలఁగన్।
బాపురెయనఁగన్వచ్చిరి।
బాపలనీగలగణికలపలయునెపిలువన్ 183

సీ॥ పెట్టినఁబెండ్లియుఁబెట్టకుండినశ్రాద్ధ,
మునిదయనిర్దయననెడివారు।
కాసుతక్కువనీయకోసాఁబచ్చతో,
రణములఁద్రెంపుచుఁబ్రబలువారు।
మొదటితాంబూలంబుఇట్టలేదంచుదో,
మ్మిదపయుద్ధమునోట్లమెదవువారు।
మాయూరికెప్పుడుమామూలుశ్వేతంబు,
సంభావనయుటంచుఁజాటువారు॥
గీ॥ తాతముత్తాతలచెమటఁబాతగిలిన।
రోతశాలునంపమునవారూఢివేసి।
శాస్త్రిభిదలనువచ్చిరచ్చటికివేడ్క।
వారములలోనమంగళవారరీతి॥ 184
ఉ॥ తట్టెడుబూదిపెట్టితనతాతలశాలువు బోడిబుఱ్ఱకుం।
జుట్టికకు ద్దతిన్ జనులుఁ చూచు తెరంగననంగవస్త్రమున్।
గట్టివిచక్షణుండువలెఁగంధముపొంకముమీరఁజంకతో।
బెట్టిముదంబుతోడఁబృథివీసురుఁడొక్కఁడువచ్చెనత్తరిన్॥186
గీ॥ ఎలమిఁబుంశ్చలీసుతులుశిష్యులయితన్ను।
గురువటంచునుగొనియాడగరువుమొప్ప।
లేచిసంభావనకుఁగేలుఁజాచెనప్పు
డఖిలదుర్గుణస్థానిపేరావధాని॥ 186
గీ॥ బ్రాహ్మణులకునొసంగుసంభావనంబు।

వ్యర్థమైనవ్యయము వెలపడఁతులకును।
క్రేమసిచ్చినఫలదముపీంద్రఁబిలుత।
మంచుఁబెద్దలు వేశ్యలనాడమనఁగ॥ 187

సీ॥ ప్రణములకీగలుప్రాలఁదోలుచొకర్తు,
లయలేకచేటతాళంబువైవ।
లంకపుగాకునుగొంకకనములుచుఁ,
బణ్యాంగనయొకతెపాటఁబాడఁ।
గంటిపుసులనుమేల్కట్టుచేఁదుడుచుచు,
వెఱ్ఱిచూపులనొర్తు ఖఃత్రిచూడఁ।
బాదంబుతంటిచేఁబడుచులేచుచొకర్తుఁ,
శివముగొన్న విధానఁజిందులాడ।
గీ॥ ప్రొకుక్కవలెరూప్యమీాయంగముసలిపాన్య।
గాడుతమపేరుఁజనుపుచుగంతువైవ।
నీతవండ్లుసునమలిచకోతులవలెఁ
బండ్లనికిలించినగిరిసభాసదులట॥ 188

సీ॥ నాచాయుపీక్షించియీాచానదండంబు,
పెట్టలేదంచునుఁబేలెనొకఁడు।
ముందుగానారూపక్యమింముఁజదువలేదు,
పట్టువట్టెదనంచువాగెనొకఁడు,
మొన్ననూరేగునప్పుడుగుమ్మమునుదాటి,
నిలువఁబడిరటంచుఁబలికెనొకఁడు।

వీండ్రయింటికిరాత్రివేళ్ళఁగావార్యాద,
చేయనేలేదంచుఁజెప్పెనొకఁడు।

సీ॥ తలకుఁబోఁగరెక్కఁగాపుఁదప్పకొక్క।
తేపతలయుంటియెంగాఁతీరవన్ని।
కొంగములటంచువిటజాతియూఢిఁజేసి।
గుడగుడాలోచనముఁజేయఁగడఁగెనపుడు॥ 18y

సీ॥ గణికనృత్యంబుముగియనాతఁడామునందె।
పురముఁజేరంగమనముతత్తరమునొంద।
మానినీమణితోఁడదుర్మార్గుఁడపుడు।
బంధువర్గంబువెంటరాబయలువెడలె॥ 190

క॥ అతఁడటుబోవుచునుండగ।
క్షితినొకవైఖానసుండుజీలులతట్టం।
గుతుకంబునసెత్తినిడుకొని।
వెలవచ్చునసుచువచించువిధమునవచ్చెన్॥ 191

క॥ అంగనతోఁగవగూడిన।
చెంగిలిదుర్మార్గురాకవినిపురజనులు।
పొంగుచుమూఁగిరిచుట్టును।
యెంగిలియాకునకునీగలేతెంచుక్రియన్॥ 192

శా॥ చేరన్వచ్చిరిమొంచిగోడకడకన్శిఘ్రంబదుర్మార్గునిన్।
గూరిరాగేసరచక్రవర్తినిఖిలన్గోరాజవైవస్వతుం।

ఘోరాకారువిరూపుకుత్సితమతిన్ గుంజాంతసంచారునిన్।
దారాయుక్తుని జూడగాను యువతుల్ తండోపతండంబులై॥

గీ॥ కొట్టికొట్టక బిడకలగొంతి యొకర్తు।
తిట్టితిట్టక మగనిని తెరవ యొకర్తు।
పట్టిపట్టక ద్వారంబుపడతి యొకర్తు।
కాంతతోనున్న దుర్మార్గుగాంచిరపుడు॥ 194

గీ॥ మొండిగోడపై నిలిచిన ముదిత యొకతె।
పాడుదొడ్డిలోనుండిన పడతి యొకతె।
బొమ్మజెముడులకడనున్న పొలతి యొకతె।
సుదతితోనున్న దుర్మార్గుజూచిరపుడు॥ 195

ఉ॥ కట్టినపుట్టమూడ జెయిగాజులమోతలు పిక్కటిల్లగా।
బిట్టురయంబునం జనగ ప్రేముడి కాంతలు సవ్వటాలకుం।
జుట్టుపశంక్తి కువ్విసను జావగ మోదిన పేడముద్దచే।
గొట్టినతిట్టినంగనదు గోమలి యొక్కతె దాసుని వ్వెరన్॥ 196

క॥ రవికుసుమాంబక యొక్కతె।
యువవింసుర్మార్గుమీద నంబకసుమముల్।
మివ్వులంగా బరపెను నీ।
భవనంబు రవికుసుమముల పాలొనసుచున్॥ 197

చ॥ కనుగొనవచ్చి దంపతుల గామినియొక్కతె ముత్తురాలుగా।
వునవెదజల్లెదాగనక పుష్పచయంబు మనంబులో వలం।

గనకసుమంబులేయు వియోగాకశుభావుకసూచనంబులం।
గనియుఁకపీనిమందిరము కాంచనసంయుతమానటంచునో॥ 198

వ॥ ఇట్లుదుర్మార్గుండుపౌరులొసఁగు సత్కారంబు లంగీకరించుచు నిజగృహంబునకుం జనియెనప్పుడిటుండీ వార్తవేల్పుల కెఱిం గింపనరిగెనో యనసపరాబ్ధ్రిగుంకె దుర్మార్గునకు నిషేకమువే ళ సూచింపవచ్చిన జోస్యుఁడన చంద్రుఁడుదయించెనంత నా రాత్రికురూపిదుర్మార్గులు కేళికాగారంబునకుఁజనిరి తత్క్షణం బుగృహంబగ్ని దగ్ధంబయ్యె జాయాపతులునల్లు లచందంబు నమాడి కృతాంతనిశాంతాతిథులయిరి పిదప సత్ప్రభుండు రాజ్యంబునకువచ్చె ప్రజలుసుమనస్కులైరి బ్రహ్మ, విష్ణు, మహేశ్వరులు, తపంబుచాలించి తమసతులతోఁగూడ నిజ పదంబులకేగి సుఖంబున నుండిరని యువివేకి హరిశ్చంద్రున కుఁజెప్పె॥ 199

గీ॥ ఇలనుదుర్మార్గుకాలమున నెవ్వరేని।
గలరెయనినృపుడడిగినకలియుగంబు।
నందునింటింటనూరూరనుందురయ్య।
వేలకొలదియునని యువివేకియనియె॥ 200

వ॥ తరువాత తన సమాగత కారణం బడిగిన యువివేకి యిట్లని యె॥ 201

గీ॥ కలహాపురిగలడొకజన్ని గట్టులుబ్ధ।
నామధేయుడాతడుచిన్న, నాటనుండి।

యెరుగడుదినుటబెట్టుటయితరజనుల।
సొమ్ముకాసించుముష్టికిజోలిగట్టు॥ 202

క॥ ఎంతధనముండిననుగా।
సంతయుభోగంబులేకసంభావనకుం।
సంతోషంబునబోవుచు।
వింతకుపెత్తనముబూనిపెరచోసైనన్॥ 203

గీ॥ గొడ్డుచచ్చినరాబందుగోర్కెతోడ।
జేరుపగిదినాలుబ్ధుడుచేరునెవ్వ।
రైనచచ్చుటదనచెవిలోనబడిన।
యంతనిల్లునిల్లాలినట్టెవిడిచి॥ 204

చ॥ శవమునుజేరిబేరములుసల్పుచుభారముగానదీనికిన్।
నవరసునీయగాదగునునాయముబల్కితిదీనికేగదా।
బవళులురాత్రులుందిరిగిపండెనుబుణ్యమాటంచువత్తుని।
య్యవసరమిట్లుసేయుగద రయ్యమరొక్కటిచూతుమంచనన్॥

గీ॥ కొత్తకుండదడవగోర్కెనెటకునైన।
నేగికార్యమేమొయెరిగివారి।
తిన్నెపైనదానధిష్ఠించియుండును।
గాడుగాచునకుక్కకరణిధరణి॥ 206

గీ॥ రూకలిచ్చివివాహంబుజేకొనియెడి।
బీదసాదలకడజేరిపెద్దచూపు।

పేర్మిగనవలెననిపీకిప్పిండిపెట్టు।
బడుగుగొడ్డునుగాకఁబుపొడిచినట్లు॥
గీ॥ వెలులవేయునులేదనువేలకొలది।
ధనముగైకొనువిటులనుదాఁచ్చగర్భ।
ములనుభేధించిమాన్యభూములనులాగు।
వెధవలతొలినోములపంటవేల్పుతండు॥
వ॥ అతనికివెర్రెమ్మయనుసతిగలదది॥
గీ॥ పతియలసిగీమునకురానబలమహావ।
తివ్రతాసికొమణిగానటిట్టుగొట్టు।
మొత్తుజేరెడులేసిదుమ్మెత్తిపోయు।
బమ్మరాకాసిచందానపైనబడును॥
గీ॥ పందిపలెనింటపొర్లాడుబ్లవగమువలె।
గంతులిడుమిడుతవిధముగొంతనొగురు।
కుక్కబోలెమొరుగుమిత్తిఫక్కిచిందు।
లాడువెర్రెమ్మనుగడుసమ్మనగనొప్పు॥
ఆ॥ ఔరఔరయంచునట్టహాసముజేసి।
పండ్లుగవ్వగుత్తిపగిదివారిల।
ముద్దుపీసెమొగ్గుగుద్దులటంచును।
దద్దగుద్దుమొగనిదర్వబట్టి॥
గీ॥ డాలిగుంటలోనేకులుదాచుచుండు।
కుండలోసగ్గిబెట్టుచువండుచుండు,

కుప్పగాల్చిపేలాలనుగోరుచుండు,
నవనివెర్రెమ్మతనపేరుసార్థకముగ॥ 213

గీ॥ చెలికిపనిపాటలయెడలతెలివిసున్న,
గానిమగనినిదిట్టుటలోనకంచె,
జేసియొగరవేయులయందునెవ్వరేని!
మొదటితాంబూలమీవలెముదితకెపుడు॥ 212

ఉ॥ ఓరిదురాత్మయోరికుజనోత్తమయోవిధవాధవాధమా!
సారములేనియీబ్రతుకుజాలునునింకనుజావవేరనిన్,
మారితినంగగోత్రియులమందలపండువజేతునంచునే,
నేరమువంకవ్రోసతికినిష్ఫలపూజలుసేయునిచ్చలున్॥ 213

గీ॥ భర్తనామంబుమానినిపల్కరాదు,
గానబండవెధవమొండికట్టెతిండి!
పోతపీనుగవతవాజప్రేతియంచు!
నిటులమంగళహారతులిచ్చునెపుడు॥ 214

ఉ॥ రాయనునేడకేగితివిరాయనుజెంతకుజీరజేరవే!
రాయనుబల్కకుంటపొగరాయనుముష్టికినూరివెంటపో!
రాయనుమిఱ్ఱిఁగట్టానికెదిరాయనుగావెడునీళ్ళమోచితే!
రాయనుగాళ్ళపట్టగదరాయనుజీటికిమాటిమాటికిన్॥ 215

గీ॥ రోగమేమయినరాదేమిబాగుగాను!
సంధిజనియించియైననుజావవేమి!

కఫముచేనైననీవిప్పుకాలుపురికి,
జేరవేమిరాఛీయంచుజెలగితిట్టు॥ 216

ఉ॥ అద్దిరయెంతకాలమునకాయువుదీయకయీమగండనే,
మొద్దునుగట్టనామెడనుముప్పగచావెలిసామినెమ్మికిం,
దద్దయుసంకటంబుగదదగ్ధముజేయుమువీనినంచునే,
పొద్దునఁబ్రొద్దునుంగనునుమొక్కులువేలకొలందిచేయుచున్

గీ॥ పెక్కుతరములనుండియువెధవలైరి,
మాకులంబునసాచాలురాకపోయె,
తలబరువువదలకపోయెదైనమేల,
చిన్నచూపుచూచెననుచుజెలగితిట్టు॥ 218

ఆ॥ బిడ్డలున్నవారుబిడ్డలగడుగొట్టి,
తిట్టివారుమనసుదీర్చుకొంద్రు,
గొడ్డురాలుగానకోమలిమగనినె,
తిట్టికొట్టిమనసుదీర్చుకొనును॥ 219

ఉ॥ తిట్టుకునాపదంబులనుదిన్నగనెప్పుడుబట్టకున్నచో,
గొట్టుకునిడ్డినిన్ననుగూరిమినెత్తివిబెట్టకున్నచో,
పెట్టుకుచెంపపెట్టులనువేకువజామునలేవకున్నచో,
నెట్టుకునింటనుండినినునేరమువచ్చినకొంచమైననున్॥ 220

గీ॥ ఈవుసచ్చినచిటికలోనింపుమీర,
పాడుమంగళసూత్రంబుబారదెంపి,

పప్పుబెల్లముగొని వేగవండుగంచు,
గొడ్డులాగున నమలెద వెడ్డెమోఁరి॥ 221

వ॥ ఇట్లు తిట్టినతిట్టు తిట్టకుండ నిత్యవ్రతంబుగా విరామము లేక తిట్టుచుఁ గొట్టుచు తన్నేఁ గొట్టినాఁడీ కట్టడియుంచు రట్టుసేయుచు నుపపతులఁ తీసికొని వచ్చిన నానాభరణంబుల గైసేయుచు భర్తకు మృత్యుసదృశంబై యుండె॥ 222

గీ॥ వెలిచవులఁ లెప్ప మరిగిన వెలది చెంత।
మగఁడు కాపురమును జేసి మనఁగలేఁడు।
దయ్య మొద్దను బిడ్డలు ధరణి నెండు।
మసఁగవింటిమె కంటిమె మనుజనాథ॥ 223

క॥ ఉరితినాలుమగలున్।
వైరంబులతోడ నెప్డు వసుమతి నున్నన్।
గారాబుకూఁతురొక్కర్తె।
వారికిజనియించి మోదవార్నిధి దేల్చెన్॥ 224

గీ॥ పిల్ల భూమిపయి బడినవెంటవెంట।
మూఁడుకాళ్ళముసలికిచ్చి ముడిని పెట్టి।
డబ్బులాగవలెనటంచు నుబ్బిబేర।
ములను జాటుచాటున చేయ మొదలుపెట్టె॥ 225

క॥ తనభర్త లుబ్ధుఁడిట్టుల।
గనికరమెక్కింతలేక కాన్పును సమ్మం।

బనిసేయుచున్నాడని।
మనజోక్తినివెఱ్రమవినిముండిపడిపతికి॥ 226

క॥ కనియూరకయేమిచేసితి।
చెనటీనామెఱుకలేకశిశువునుఁమ్మం।
గనునీపెత్తనమేనా।
యనిపైబడికాళ్ళచేతినటునిటుతిన్నెన్॥ 227

ఆ॥ తనివిచనకయంతదండంబుగోకలి।
బండలగొనితనదురెండుకరిము।
లందుచావుచావుమంచుబిట్టలయంగ।
గొట్టెగొడ్డుబట్టిగొట్టిఁట్లు॥ 228

ఆ॥ గంటెకాలవేసికసికరముక్కింత।
లేకవాతబెట్టిలేచిపొమ్ము।
నీకుసెలవులేదునీయబ్బగాడితో।
మొత్తుకొమ్మటంచుమోదెమరల॥ 229

వ॥ ఇటులగొట్టంబడిన లుబ్ధుండు తనసతీలలామ పాదంబులపై
బడి లేవకకంటనుండి నీరుశరీరంబునుండి రుధిరంబుదొరగ వ
లపోవుచునిట్టులనియె॥ 230

గీ॥ విశుదురాశపత్తసమంచువెలయునొక్క।
భూసురాగ్రణిఘూర్ణాఖ్యబొల్చుపుడమి।
కష్టవతినాగయతనికికాంతగలదు।
వారియన్యోన్యరాగంబుపళమెహాగడ॥ 231

వ॥ వారికితొమ్మండుగురు పుత్త్రికలుఁగలరా సంతానములో॥232

సీ॥ ఒకదానిమూఁకవానికినిచ్చెనొకదాని,
నంధునకిచ్చెననువుగాను।
బధిగవరునకొక్కపడతినిచ్చెనునిందు,
వికలాంగునకునిచ్చెవెలదినొకతె।
కుష్టురోగునకిచ్చెఁగోమలినొక్కతె,
నొకదానివీక్షించివెకలికిచ్చె।
పంగునకిడెనొర్తుబాలనుముదమార,
నొకపుత్త్రిమందునకొనఁనిచ్చె।

గీ॥ సంచులకొలఁదిరూకలుసంగ్రహించి।
పెండ్లిత్రాడుగట్టినవెనువెంటదోలు।
బరెపడ్డకుగట్టిగావలుపుగట్టి।
దోలువిధమునపేరాశధూర్తవరుడు॥ 233

వ॥ ఎనమండ్రడ పరిణయంబొనర్చి కడవటితొమ్మిదవ పిల్లకు॥ 234

క॥ దంతములురానిపిల్లకు।
దంతములూడిననరుండెతగజోడంచున్।
మంతనముసదలపోయుచు।
గాంతామణితోడనిల్లుగరకరిబలికెన్॥ 235

ఆ॥ పిల్లకారునెలలుచనెవృద్ధధవుని।
వెదకుసమయమువచ్చెనువెలదియేని।

కత్తెమెంతకునమ్ముదమెట్టులనిన।
కష్టపతిదానికిమిగులకనలిమదిని॥ 236

గీ॥ నాకుకాసులపేరునునయముకొంటి।
వేనియుండైనజచ్చినవానికైన।
నిచ్చికొమ్మనుసతిమాటకిచ్చమెచ్చి।
దేశదేశములనపుడుతిరుగసాగె॥ 237

సీ॥ కడుపుమాంసమునమ్మెడిఘనుడుధూర్తు।
డతడుభార్యనువిడనాడియఖిలదేశ।
ములవెదకిగనెనల్లునిముసలివాని।
నీగలోకానబుండునీక్షించినట్లు॥ 238

గీ॥ నీవుసచ్చిననేపెద్దనిదురగొనిన।
పిల్లయీల్గిననిందులోచిల్లిగవ్వ।
రాదుకాటికిబోయినప్రాణివగిది।
యనుచురెండు ంచులుదెచ్చెనల్లునొద్ద। 239

వ॥ ఇట్లుధనంబునునల్లుని తనవెంటబెట్టుకొని స్వపురంబున కేగి వివాహప్రయత్నంబులొనరించి ముదిపెండ్లికొడుకుం బల్లకి యెక్కుమనిన॥ 240

క॥ కడుముదుకడగుటను నెడలు।
తడబడవడకుచును జేతదండముగొనుచుం।
బుడబుడపల్లకిజతికెల।
బడనప్పుడుపండుకోతిపగిదిన్ మెరసెఁ॥ 241

గీ॥ పెండ్లికూతుచిన్నదిగానభీతిచేత।
కుర్రోమొర్రోలబ్బోయంచుగోలపెట్టు।
నపుడుముత్తైదువులులేమియురసిపాత।
బోడియమపల్లకినినెక్కివేడుకలర॥ 242

క॥ వారలబరుపునపల్లకి।
భోరునవంగిపెటపెటనిముత్తునియలుకాఁ।
ధారుణిగూలెఁభర్తయు।
దారయువెధవయయ్యెబేడతట్టలపగిదిఁ॥ 243

వ॥ ఆనిమిషంబుననే పెండ్లికొడుకేడుకట్లసవారినెక్కె పిదప వా
నిభోగంబుల నత్తమామ లనుభవించిరి కాన మనకట్టిదశ
యబ్బనీవేల బేలవై యుందు నామాటవినుమనిన వెర్రమ్మవి
నదయ్యె॥ 244

గీ॥ ఇటులలుబ్ధుడువెర్రమ్మయీసుతెత్త।
పోఁకసలువుచుండగపిట్ట।
పోఁపిల్లిదీర్చెననగపుత్రినియమ।
భటులుగొనిజేర్చిరితమదుపత్తనమున॥ 245

క॥ అకటాపరాలమూటా।
గికురించియొలకుజనితివెఖేదముచేతన్।
వికలతబొందితివిచ్చట।
పకపకనగుచునొకసారిభాషింపగదే॥ 246

గీ॥ బిడ్డయెడనుగల్గినఁబ్రేమచేత।
గాముగాఁదానివలనగలుఁగబోవు।
సొమ్ముకొరకెవాడెంతయుసొమ్మసిల్లి।
యకటవిలపించుదశదిశలాలకించు॥ 247

క॥ తనకూతుగొంచులుబ్ధుఁడు।
కనికరపుతలంబుజేరగానడువంగం।
గనివెర్రెమ్మవచించెను।
జనెదవటకుపిల్లతోడచయ్యానననుచున్॥ 248

గీ॥ పెద్దవల్లకాటికిబోదుబిడ్డఁచట।
పెరుగగానుంతుకోన్నాళ్ళప్రేమవీడు।
మనుచుదానికిబోధించియరిగిశవము।
బూడ్చెదాదలచినధనముఁపకుగాను॥ 249

వ॥ ఖననంబయి సొంతఇంటికి వచ్చిన యనంతరంబ॥ 250

క॥ దినదినముపిల్లనడిగెడు।
తనభార్యతుబ్రేతభూమిఁదాచితిననుచున్।
వినయంబుగపల్కెనిరతి।
జనుచుండుననుదినమెంచసంభావనకున్॥ 251

గీ॥ అదియుభర్తమాటనునమ్మియాత్మజాత।
పెద్దవలిలకెలయుందుండివెలదియయ్యె।

రామరుద్రునకంచునురంజిలంగ,
నాగినపిదపనొకనాడుసంధ్యవేళ॥ 252

ఉ॥ వారుడొకండుమార్గమునవచ్చుచువెర్రెమయింటిలోపలం।
గూరిమిభోజనంబడుగగొట్టుచుతిట్టుచువెళ్ళగొట్టగా।
పారకతిన్నపైనతడుబబ్బానగాగనిపొమ్మటంచుశ్వ్రం।
గారపుకట్టగొట్టిజనకాపురమేడనవల్లకాడనెన్॥ 253

గీ॥ అనచనమునువెర్రెమ్మయాలకించి।
కూతుకాపురమునసుండెకోర్కెనచట।
గంటివెరామరుద్రునగారమందు।
ననగనేరామరుద్రుండనాత్మభవన।
మందునున్నదనివచించెనవనిసురుడు॥ 254

గీ॥ అయ్యోన్నాయననీవాయటంచుజేర।
జీరిమృష్టాన్నమునుబెట్టచిన్నపట్టి।
కేమయినభూషణములున్నవేయసంగ।
నత్తబీదవారికెటులమరునగలు॥ 255

క॥ అనిపెక్కువిధంబులవే।
దనుబోలెనటించిబొంకిదానినగలైగ।
కొనిమిన్నందివెసంజనె।
గన్నైకైతవుతేరివలనగాంచరుధనముల్॥ 256

గీ॥ నెత్తిమాటతోఁ లుబ్ధుండునెలవుజేరి।
దివ్వెలేనికంబముభంగితెరపయుండ।
గారణమడిగికొంపనిష్కారణముగ।
గూల్చివేసితివీవంచుగోలబెట్టె॥ 257

ఆ॥ ఏడకూతురల్లుడేడచచ్చినపిల్ల।
మఱలబ్రతుకగలదెమహినినందు।
చాలుచాలుఁకూతునాకునమృతినొంద।
యోగమబ్బెనయ్యోయువిదమనకు॥ 258

ఆ॥ ముల్లెపొట్టబెట్టిపోసికొంటివెనీళ్ళ।
టంచునెత్తిమొత్తుకొంచురొమ్ము।
బాదుకొనుచునాల్కబారకొలందిని।
లాగికొనుచునంగలార్చెవాడు॥ 259

క॥ ఆమాటలువినివెఱ్ఱిమ॥
భామింజితిబేర్చియడ్డైబొందినివిడిచెన్।
జీమంత్రైనవెరదొరగి।
వ్యామోహంబెట్టికర్తపడయుదుజగతిన్॥ 260

గీ॥ జ్వరముతోడనెవచ్చెడిచలినిబోలె।
నేనునీతోడవచ్చెదనెలతయంచు।
వ్యయములోవ్యయముకలిసివచ్చెననుచు।
పండునిప్పులమీదపన్నుండెవాడు॥ 261

గీ॥ వారునచ్చిదయ్యాలయిబట్టినన్ను।
పీకుచుందురుగానతద్భీతివచ్చి।
నాడగరుణింపవేయుసనగుచుసూర!
డించిబంచెహరిశ్చంద్రనృపతియపుడు॥ 262
క॥ అనికతనేతరిఝుక్కతఁ।
జనువృప్పఁగబాసవాలుసాముల కెలమిఁగా।
వినిపించినవారుదనివి।
చనిచనిరంతందమతముసదనంబులకుఁగా॥ 263

సర్వమేకాశ్వాసము,

సంపూర్ణము.

విష్ణుభట్ల సుబ్రహ్మణ్యేశ్వర విరచితము.